கல்லறை சுவாசம்

கவிஞர் பாரதி பிரபா

ஏலே பதிப்பகம்

கல்லறை சுவாசம்- கவிதைகள்

எழுத்தாளர்: **கவிஞர் பாரதி பிரபா**
முதல்பதிப்பு: நவம்பர் 2021

வெளியீடு:
ஏலே பதிப்பகம்
5/175, பாத்திமா நகர்,
கூத்தென்குழி,
திருநெல்வேலி – 627104
தொடர்புக்கு: 9944992571

Kallarai suvaasam - Poetry

Author:Kavignar Barathi prabha
First Edition: November 2021

Published By:
Aelay Publish
5/175, Fathima nagar,
Kuthenkuly,
Tirunelveli -627104
Phone: 9944992571

Design And Executed by

aelay Publish.com

ISBN : 978-93-5533-095-6
Page : 100

உலகமெங்கும் உள்ள காதலர்களுக்கு
இந்நூல் சமர்ப்பணம்!

அணிந்துரை

மக்கள் நவீன வாழ்விற்கு மாறிவிட்ட நிலையிலும் கூட இலக்கிய ஆர்வலர்கள் மற்றும் புத்தக வாசகர்கள் அதிக அளவிலாகவே காணப்படுகிறார்கள். இதற்கான மிக முக்கிய காரணம் நமது பண்பாட்டு விழுமியங்களின் கூட்டமைப்பு. இலக்கியத்தை வாசிக்கும் ஒரு மனிதன் ஒவ்வொரு இதயங்களையும் நேசிக்கிறான். அல்லது ஒவ்வொரு இதயங்களாலும் நேசிக்கப்படுகிறான். இலக்கியங்களில் கவிதை படைப்பு என்பது மிகவும் உன்னதமானது வாசிப்பவர்களை எளிதாகக் கவரக்கூடிமது. ஆகையால் கவிதை எழுதுபவர்கள் குறைந்தது தன்னை சுற்றியுள்ள வாசர்களையாவது திருப்திபடுத்தும் படி திறம்பட எழுதிவிடுவது நன்று.

முகநூலில் அறிமுகமான பாரதி பிரபாவின் கவிதைகள் அணிந்துரைக்காக என்னை வந்து சேர்ந்தது தொடர்ந்து முகநூலில் தனது கவிதைகளை பதிவுசெய்து வரும் இவர் தனக்கான வாசகர் வட்டத்தையும் உருவாக்கியிருக்கிறார். படைப்புக்கான பலன் என்பது பிறரின் பாராட்டில்
தான் இருக்கிறது. அந்த வகையில் தனது படைப்புக்கான பலனை பெற்றுவிட்டார் கவிஞர் பாரதி பிரபா.

கவிஞர் பாரதி பிரபா

கல்லறை சுவாசம் கவிதை தொகுப்பினை முழுமையாக வாசித்தேன் முழுக்க முழுக்க காதலும் காதல் சார்ந்த பக்கங்களுமாக நிரம்பியுள்ளது. காதலின் வலி, சோகம், பாசம், பிரிவு, கொண்டாட்டம் என அனைத்து உணர்வுகளாலும் மை தீட்டப்பட்டிருக்கிறது இந்த கல்லறை சுவாசம்.

குறிப்பாக தேவதை தேசம், மரணம் வேண்டாம், சுகமான உறக்கம், காதல் கறையுதே, காதலின்றி ஏதுமில்லை, காதல் நூலகம், காதல் கொஞ்சல் என்கிற தலைப்புகளில் கவிதைகள் மிகச்சிறப்பாக அமைந்துள்ளது. கவிஞர் தனது கவிதை வரிகளால் வாசகர்களை வசீகரபடுத்திவிடுவார் என நம்புகிறேன். இந்நூல் சிறப்பாக வெளிவர எனது நெஞ்சார்ந்த வாழ்த்துகள். மேலும் பல சிறப்பான சமூக சிந்தனையுள்ள கவிதைகளை அடுத்தடுத்த நூல்களில் வழங்குவார் என நம்புகிறேன்.

வாழ்த்துகளுடன்
க.சதீஸ்குமார்
பாடலாசிரியர்

வாழ்த்துரை

"உலகுக்கு உயர்வை ஊட்டும் தமிழே!
கலையின் தாயே! கவிதைக் காடே!
நன்னெறியாவும் மற்றும் குறளே!
செம்மொழித் தமிழே! இறப்புறக் காப்பாய்!
தட்டிக் கொடுத்துத் தமிழரை உயர்த்து!
முட்டுக் கொடுத்து வெற்றியை நாட்டு!
எட்டுத் திக்கும் என் தமிழ்ப்பெருமை பட்டென மிளிக்க!
பண்பொளில் படர்க!"
எண்ணும் எழுத்தும் அறிந்த தமிழ்பெரியிர் எழிலார் என் வணக்கம்!

உலக வாழ்வு உருண்டோடுகிறது காலம் மாறிக் கொண்டே இருக்கிறது. இன்று உலகம் உள்ளங்கையில். புது வரவுகள் பழமை மீது படிக்கின்ற மரபின் மறைவு மறைமுகமாக நேர்கிறது. தமிழும் மெல்லத் தேய்கிறது. காலம் கணக்கற்ற பாவலர்களைப் படைக்கிறது படைப்பாளிகளின் படைப்பும் பெருகிறது. நூலைப் படிக்க வேண்டிய இளைஞன் கணினியை படிக்கிறான். இதழ்களை வாங்கி படித்து மாற்றன் மின்னிதழைப் படிக்கிறான் பல்வேறு மாற்றங்களிலே கவிதைகள் புதுக்கவிதைகளாக

தோன்றுகின்றன பாராட்டுகள். அம்முகத்தான் என் அன்பு தமிழ் மகள் கவிஞர் பாரதி பிரபா தனக்கே உரிய முத்திரைகளுடன் காதலைக் கல்லறை சுவாசமாக்கி சுவாசித்துள்ளார். அவற்றில் உயிர்காக்கும் உயிர்க்காற்று தான் (ஆக்சிஜன்) மிகையா உள்ளது என்பது உள்ளங்கை நெல்லிக்கனி.

செல்வி பாரதியின் முதல்படைப்பிலேயே உவமைகளும் உவமானங்களும் இயற்கைக்கும் எழிலார் காதலும் விடிவெள்ளியாய் மின்னுகிறது. முழுமையாகப் படித்தேன். சில இடங்களில் பெருமூச்சுவும் விட்டேன். உள்ளே ஆய்வு செய்து எழுத இது அறிவுரையோ ஆய்வுரையோ அல்ல. வாழ்த்துரை என் தமிழின் மீது நம்பிக்கை வைத்து என் அகவையை முன்னிருந்து என் வாழ்த்தச் சொல்லி பணித்துள்ளார். பெருமைப்படுகிறேன். பாராட்டுகிறேன். உவகை அடைகிறேன் இந்த இளம் கவிஞர் இன்னும் நூல்கள் காலத்தில் பழகி மகிழ்ந்த இன்ப உணர்வின் உந்துதலாப் அரிய நூல்களைச் படைக்க வேண்டும். இக்கால கவிஞர்கள் போலன்று யாப்பு கற்கும் மாணவராக திகழ்ந்து யாப்பும் அணியும் பழகி மரபில் வர வேண்டும். என்னால் இயன்ற நல்லுதவிகளை நல்ல என்றும் விழைவேன். கவிஞர் செல்வி பாரதி பிரபா புதுமைக் கவிஞராக இயற்கை இன்பக் கவிஞராக தமிழ் கூறும் நல்லுலகத்து மக்கள் பாராட்டி மகிழும் வகையில் வளர வேண்டும் என்று வாழ்த்துகிறேன்.

அன்புடன்
தமிழ்மாமணி புலவர் வெ.அனந்தசயனம்
உலகப்பாவலர் தமிழன்னைத் தமிழ்ப் பேரவை
நிறுவுனர், புதுச்சேரி

என்னுரை

என் எதிர்கால கனவுகள் எதிலும் இந்த நிகழ்வு இல்லை. ஆதலால் தான் காலம் என்னைக் கவிஞராகி கண்டு மகிழ்கிறது போல். எந்த அடையாளமும் இல்லாத எனக்கு ஒரு அடையாளம் தந்து. என் மூச்சிக்காற்றில் கூட இன்று கவிதை என்ற ஆன்மாவைச் சுமக்கிறது எம் தமிழ்.

புத்தகங்கள் மட்டும் தேடித்தேடி வாசித்த எனக்கு. இன்று என் புத்தகம் ஒரு வாய்ப்பாக... ஒரு வாழ்க்கையாக கிடைத்துள்ளது. இறைவன் செயல்கள் அனைத்தும் வியக்கத்தக்கதே. இயற்கை படைத்தவன் அதை ரசிப்பதற்கு என்றே மனிதனைப் படைத்தான். மனிதனைப் படைத்தவன் அவன் ரசனைக்கு ஏற்பது போல் பிரபஞ்சத்தை அமைத்து கண்டு மகிழ்ந்தான். இந்த பிரபஞ்சத்தையே ரசிப்பதற்கும் படைப்பதற்கும் என்றே எண்ணில் அடங்க "கவிஞர்களைப்" படைத்துள்ளான்.

இறைவனை விட பிரபஞ்சம் முழுவதுமாய் இருப்பதை விட இன்னும் இன்னும் பிரமாண்டமாய் படைத்துக் காட்டுகிறான் "கவிஞன்"

நன்றி!

எழுத்துக்களுடன்

(கவிஞர் பாரதி பிரபா)

❖

நீயும் நானும்...!

விடியல் வந்தும் விழிகள்
திறக்க மறுக்கிறது
விழியோரம் கனவில் – நீ!
ஒளித்து கொண்டு இருப்பதால்

காதல் என்னென்று என்
கண்கள் முன் காட்டு!
காதல் நீயாக இருந்தாலும் சரி!
காதல் கனவாக இருந்தாலும் சரி!

கலையாமல் உன்னை
காப்பேன் கண்மணி...!

❖

மாற்றும் காதலே....!

மாறாத அன்பும்!
மாற்றும் காதலும்!
மாறாதே!

பெண்ணே
உன்னில்...

உலக காதலர்களுக்கு
எல்லாம் அறிமுகம்
செய்யலாம்!
நம் காதலை!

உனக்கும் எனக்கும்
காதல் நோய் வந்தால்
காதலை மருந்தாக
அருந்திக் கொள்ளலாம்!

உன் கண் ஜாடை கொஞ்சம்...!
உன் மௌன பாஷை கொஞ்சம்...!
எனக்குப் புரிந்தும் புரியாமல்...!
எனக்குத் தெரிந்தும் தெரியாமலும்...!
காதல் என்னில் நுழைகிறதே...!

உன்னாலடி காதலே...!

உருகும் நெஞ்சில்
உறைந்து போகிறாள்!
உடையும் இதயத்தில்
நிலாவாய் வாழ்கிறாய்!
தேயும் நாட்களில்
தினமும் வளர்கிறாய்!
பேனா முனையில்
என் கவிதையாய் பிறக்கிறாய்!

ராட்சசி இவள் அழகில்
காதல் ராட்சசன் நான்!
இவளை மட்டும் கிறுக்கும்
காதல் கிறுக்கன்!

நீ நானாக
நான் நீயாக
வாழ வேண்டும்!

என் காதலே!

நம் காதலுடன்...!

❖

உயிர் காதல்...!

நாடி நரம்பில் எல்லாம்
ஊறிப்போய் விட்டது!
நாளும் உன் நினைவுகள்!

உண்மையில் காதல்
அதிசயமான ஒன்று தான்
நீயும் நானும் சேரு கையில்!

உண்மையில் காதல் அழியாத
ஒன்று தான்
நம் இருவரின் ஆயுள்
சேரும் போது!

உண்மையில் உலகம் நமக்குள்
தான் அடங்கும்!
காதல் நம் கையில் சேர்ந்த
பின்னே!

சொந்தம் போல் துணை நிற்கிறது
இந்த காதல் நமக்கு!
சொர்க்கம் போல் பூமி இருக்கிறது
இந்த காதலால் நமக்கு!

உன்னால் எனக்கும்
என்னால் உனக்கும்
நம்மால் காதலுக்கும்!

நாளும் நாடித் துடிக்கிறதே!
நாளும் இதயம் தவிக்கிறதே!
நாளும் காதல் இனிக்கிறதே!

கைகள் கோர்த்துக் கொண்டே
நாளும் காதல் சேர்க்கலாம்!
விரல் இடுக்குகளும் விலகாமல்
கொஞ்சிக் கொள்ளலாம்!

பத்து விரல்களும் சேரும் நேரம்
பத்து நிமிடத்தில் காதல்!
நம்மில் சந்திக்கும்
நேரத்திற்கும் சம்மதம்!

❖

என்னவளுக்கு...!

என்னவளே...!

உன் காதல் எல்லாம் என்னில்
எழுதப்பட வேண்டிய சரித்திரம்!

ம்ம்....!

நீ கொடுத்தக் காதல் அனைத்தும்
என் ஆருயிரில் உலவும் நினைவுகள் தான்!

நித்தம் நித்தம் உன் நினைவுகள்
எல்லாம் என்னில் சேகரித்து சேகரித்து!
நான் எழுதிக் கொண்டே தான் இருக்கிறேன்
என் எல்லா கவிதைகளும் உனக்காக!

உனக்காக கவிதை எழுதுவது என்று
என் பேனாவிற்கு அளாதிய பிரியம்!
என் ஆசையெல்லாம் அழகாய்
எடுத்து சொல்லி விடுகிறது!

இன்றும் அணுவளவும் குறையவில்லை
என் காதல் உடல் அணுக்களில்...
உன் அன்பு சிறிதளவும் தீர வில்லை
என் கண்ணீர்த் துளிகளில்...!

இன்றும்!

நீ நேசிப்பாய் என்று தான் கவிதை
எழுதுகிறேன்!
உன்னை நேசித்து தான் கவிதை
எழுதுகிறேன்!

ஓராண்டில் நீ நினைவுகளை
தந்து விட்டு சென்று விட்டாய்!
மிதமுள்ள மூன்றாண்டுகளுக்கு
உன் நினைவுகள் சேகரித்து சேகரித்து
கவிதை எழுத தொடங்கினேன்!

கவிதை எல்லாம் எண்ணிக்கையின்றி
தான் போகிறது!
காதல் மட்டும் தான் எண்ணிலே
வாழ்கிறது!

காதல் இருக்கும் வரை
உன்னில் நானும்!
என்னில் நீயும்!
வாழ்ந்து கொள்ளலாம்
வா பெண்ணே!

❖

காதல் எந்த வகை...?

நீயும் நானும் சேர்ந்த
அசுர சக்தி காதல்!

நீயின்றியும் காதல் இல்லை!
நானின்றியும் காதல் இல்லை!

காதல் நிபந்தனைக் கூட
இது தான்!
காதல் நியதியும் இது
தான்!

இதயம் இரண்டும்
காதலுக்கு இயற்கை!
நீயும் நானும்
காதல் இயக்கம்!

புரிந்தும் புரியாமல்
அறிந்தும் அறியாமல்
அணு அணுவாய் என்னிலும்
உன்னிலும் ஏதோ ஒன்று
நுழையும் இதய நுழைவாயில்
வாயிலாக...!

வார்த்தைகள் தடுமாறும்
வெட்கம் வெளிச்சமாகும்
வெயிலில் குடைப் பிடிப்பாய்
மழையில் மழலையாய் ஆகி விடுவா!

பிடித்தது எல்லாம் பிடிக்கமால்
போகும்!
பிடிக்காதது மேல் எல்லாம்
பிரியம் வரும்!

ஏனோ...!

கண்கள் பிடிவாதம் செய்து
காதல் வந்து விடும்!
உனக்கும் எனக்கும்!
அன்று முதல் காதல் தவிர வேறு
எதுவும் காதில் விழாது!
உனக்கும் எனக்கும்!

உலகம் அறிந்த மாபெரும்
சக்தியும் உண்டு!
உலகம் அறியாத மாபெரும்
சக்தியும் உண்டு!

இதில் எந்த வகை...?

இந்த காதல்...!

காதல் அறிந்த சக்தி அல்ல!
காதல் அறிய வேண்டிய
மாபெரும் அசுர சக்தி!

இதை அறிந்தால் நிச்சயம்
முக்தி உண்டு!
இதை அழித்தால் நிச்சயம்
வேறு சக்தி ஏது!

இந்த பிரபஞ்சத்தில்...!

❖

காதல் சொல்லாமலே...!

என்னவென்று
தெரியவில்லை?

என் காதல்!

உன்னிடம் எப்படி சொல்வது
என்று தெரியவில்லை!
உன்னிடம் என் காதலை சொல்வதற்கும்
என்றுமே எனக்கு தைரியம் இல்லை!

என் காதல் வார்த்தைகளில்
அடங்குமா?
என் காதல் சொன்னால்
ஆசை தீருமா?
என்னவென்று நான்
சொல்ல?

கொஞ்சம் கொஞ்சம் தயக்கம்
உண்டு!
கொஞ்சம் கொஞ்சம் அச்சம்
உண்டு!
கொஞ்சம் கொஞ்சம் வருத்தம்
உண்டு!

கொஞ்சம் கொஞ்சம் ஆனந்தமும்
இதில் எனக்கு உண்டு!
உன்னை கொஞ்சம் கொஞ்சமாய்
தொலைவில் இருந்து கொஞ்சும் போது!

பேரானந்தம் அடைந்தும் உண்டு
நான்!

❖

மேகத்துளிலும் கண்ணீர்த்துளி...!

என் மேகத்துளிகள் எல்லாம்
என்னில் ஊடுருவி போகிறதே
என் கண்ணீர்த்துளிகள் வாயிலாக!

கண்கள் என் சந்தோசம் எல்லாம்!
உனக்கு கவிதைச் சொல்லிக் கறைகிறதே
எந்தன் கலைந்த மேகங்கள் எல்லாம்!

கனவில் கூட நினைத்ததில்லை
என் காதல் கனவு என்று!
ஏனோ இன்றும் கனவாக ஆகி
போகுதே என் காதல் பின்னே!

எதிர்பாராமல் என்னை நோக்கி
விழத் தொடங்கியது மழைத்துளி!
இன் நாள் எதிர்பார்த்து
விழி தொடங்கியதே கண்ணீர்த்துளி!
என் மேகத்துளி எல்லாம்
என் கண்ணீர்த் துளியை நாடியது!
என் கண்ணீர்த்துளி எல்லாம் அவள்
சாயும் என் நெஞ்சைக் நோக்கி பாய்கிறதே!

கல்லறை சுவாசம்

மழைத்துளி மண்ணை சேரச்
தொடங்கி விட்டது!
கண்ணீர்த் துளி காதல் சேர்ந்த
பின் தொடங்கி விட்டது!

மழைத்துளியுடன் கண்ணீர்த் துளி
சங்கமித்து சேரும் சுகம் சொர்க்கம்!
மழைத்துளியின்றி என் கண்ணீர்த் துளி
சிந்தினால் அது சாரல்!

என் ஆசையெல்லாம் கனவானதும்
இன்று தான்!
என் கனவெல்லாம் ஆசையின்றி
போனதும் இன்று தான்!

❖

உயிர் பிழைத்தேன் காதலால் நான்...!

உயிர் பிழைத்தேன் இன்று
உன்னில் நான் புதியாய் உயிர்
பிழைத்தேன்!

உன் இதயத்தின் ஓரம்
இன்று தான் நான் புதியாய் உயிர்
பிழைத்தேன்!

என்னை படைத்தது வேண்டுமென்றால்
அந்த பிரம்மனாக இருக்கலாம்!
எனக்கு உயிர் கொடுத்தது
இந்த பிரபஞ்சம் தான்!

நான் உயிர் பிழைப்பது
எல்லாம் உன் இதயத்தில்
தான்!

என்னில் துடிக்கும் என்
இதயம்!
உன்னில் துடித்ததும் இன்று
தான்!

இது தான் எனக்கு
மறுபிறவியா!
இது தான் எனக்கு
கிடைத்தப் பரிசா?

பிறப்பில் மரணம்

கல்லறை சுவாசம்

சந்தித்தேன்!
மரணத்தில் பிறப்பு
சந்தித்தேன்!

உன்னால் நான்
இன்று!

பிழைத்தேன்...

நான்...!

உன்னில் இன்று தான் நான்
புதியாய் பிறந்தேன்!
உன் இதயத்தில் இன்று
நான் உயிர் பிழைத்தேன்!

உயிரில் காதல் பிறக்கிறதே
நான் உயிர் வாழ!

❖

உன்னால் நான்...!

சொல்லி அடங்காத
அன்பும்!

சொல்ல முடியாத
காதலும்!

ஒன்றினைந்த என்
சந்தோசம்!

ஓராயிரம் முறை சேகரித்த
நினைவுகள் எல்லாம்!
உன்னை எண்ணி எண்ணி
ஒவ்வொரு நொடியும் கொண்டாடும்
ஆனந்தத்திற்கு அளவில்லா!

உன்னை...!

உச்சரிக்கும் போதே என்னில்
உச்சம் அடையுதே சந்தோசம்!
உன்னால் உச்சம் எடுக்குதே என்
சாதனை இன்று!

கவிதையின் தொடக்கம் நீ!
காதலின் தொடக்கம் நீ!
ஓவியத்தின் தொடக்கம் நீ!
அன்பின் தொடக்கம் நீ!

கல்லறை சுவாசம்

என் வாழ்க்கைப் தொடக்கம்
ஐந்தாண்டிற்கு முன்னே
ஆரம்பம் ஆனதே உன்னால்
அன்று!

மரணம் என்ற ஒன்று வரை
என் முடிவின் தொடக்கம்!

நீ தான்!

என் புன்னகைக் கண்டே
தெரிந்துக் கொள்ளலாம்!
என் சந்தோசத்தில் நீ
எது வரைவென்று!

எல்லையில்லாத என்
ஆனந்தம்!
என்றென்றும் பேரானந்தம்
ஆனதே!

உந்தன் அருகில்
நான் இருந்தால்!

❖

காதல் சுயநலமானது...!

என் அன்பு எப்போதும்
எல்லோரிடமும் "பொதுநலமான"
ஒன்று தான்!

என் காதல் எப்பொழுதும்
உன்னிடம் மட்டும் "சுயநலமான"
ஒன்று தான்!

என் காதல் எப்பொழுதும்
உனக்கான ஒன்றாய் மட்டும்
இருப்பது போல்!
உன் காதலும் எப்பொழுதும்
எனக்கான ஒன்றாக மட்டும்
இருக்க வேண்டும்!

அன்பு பொதுநலமானது தான்!
காதல் சுயநலமானது தான்!

❖

காதலும் கவிதையும்...!

ஆயிரம் போர்க்களமும்
தோல்வியுற்று போகும்!
உனக்கும் எனக்கும்
நடக்கும் இந்த காதல்
யுத்தத்தில்!

காதல் போர்க்களம்!

மொத்தம் படையெடுத்து
காதல் கத்தி வீசி!
முத்தம் படையெடுத்து
காதல் கத்தி வீசி!

போர்க்களம் எங்கும் இரத்தம்
வெள்ளமாய் ஓடுதே!
போர்க்களம் மொத்தமும்
காதல் மாயமாய் ஆகுதே!

வேர்வை உடைக்கும்
தெரியாமல் வெளியே
கசிய.!

அச்சம் அச்சமயம்
அங்கு அழகு!
அச்சம் அச்சமயம்
இருவருக்கும் சமமாகும்!

காதல் போர்
காதலில் தீராதே!

காதல் போர்
காதலால் சேருதே!

காதல் குறையாமல்
காதல் வளர்தே!
காதல் குறையாமல்
காதல் வளருமே!

காதல் போரிட்டு!

❖

காதல் முள்...!

சுவாசம் இரண்டும்
திணறும் நேரம்!
கைகள் இரண்டும்
அச்சத்தில் சேருதே!

வெட்கம் பெண்மைக்குள்!
பெண்மை ஆணுக்குள்!

இருவருமே!

காதல் போருக்கு தான்
ஆயுத்தம் ஆகிறோம்!
காதல் ஆயுதமாய் கொண்டு
முத்தம் படையெடுத்து!
முன் நோக்கி செல்கிறது
கடிகார முள்...!

❖

அழிக்க முடியாத தேசம்...!

அலை வந்தாலும்
அடித்து செல்ல முடியாது!

புயல் வந்தாலும்
அள்ளி செல்ல முடியாது!

சூறாவளி வந்தாலும்
சுழற்றி செல்ல முடியாது!

மழை வந்தாலும்
அடித்து செல்ல முடியாது!

ஏனென்றால்?

என்றென்றும் யாரும்
அழிக்க முடியாத தேசம்!

இது...

காதல்...!

❖

காதல் வாழும்...!

காதல் சொல்ல
தோன்றவில்லை!

எனக்கு...!

காதலைச் சொல்ல
தேவையில்லை!

காதல் செய்வோம்
வா!

காலம் முழுவதும்
நீயும் நானும் வாழும்
காதலை மட்டும்
இனி காதல் என்று
சொல்வோம்!

நம் காதலை காட்டலாம்
வா தாஜ்மஹாலுக்கு!

நாம் வாழ்ந்து காட்டலாம்
வா எடுத்து காட்டுக்காக!

இன்னொரு காதலர்கள்
நம் போல் வாழ வேண்டும்!

❖

நம் காதல்...!

காதல் என்ற
மூன்று எழுத்தில்!

நீயும் நானும்
காலம் முழுவதும்
காதலாக வேண்டும்!

சில நேரம் சண்டை
வேண்டும்!
சில நேரம் பிரிவு
வேண்டும்!

சில நேரம் புன்னகை
வேண்டும்!
சில நேரம் கண்ணீர்
வேண்டும்!

சில நேரம் நீ
நானாக!
சில நேரம் நான்
நீயாக!

ஒவ்வொரு முறையும்
ஒன்று இணைய
வேண்டும்!

நம் காதல்!

உன்னையும் என்னையும்
போல வாழ வேண்டும்!

காதலை ஒன்று இணைக்க
வேண்டும்!

என்றென்றும்
நீயும் நானும்...!

❖

யாதுமானவள்...!

யாதுமாகிப் போனவளே!

யாதுமாய் என்னில்
நீயாய் நிற்கிறாய்!
யாதுமாய் என்னில்
நீயாகிறாய்!

என்னவென்று நான்
சொல்ல!
யாவரும் உன்னை போல்
இல்லை!
எதுவும் உந்தன் அளவிற்கு
பிடிக்கவில்லை!

உன்னைத் தவிர?

"உண்மையில்
உன்னைத் தவிர"

காதல் என்பது
ஏதும்மில்லை!
காதல் நீயின்றி
எதுவும்மில்லை!

யாதுமானவளே...!

❖

உன் பதிலுக்காக...!

உன் பதிலுக்காக
காத்திருக்கிறேன்!

உன்னிடம் எதையும்
சொல்ல முடியாமல்!
உன்னிடம் ஏதோ
ஒன்றை எதிர்பார்த்து
காத்திருக்கிறேன்!

உன்னிடம் நான் பேசும்
வார்த்தைகள் குறைகின்றது!
உன்னிடம் நான் பேச நினைக்க
வார்த்தைகளும் கிடைக்கவில்லை!

உன்னிடம் மட்டும் என்
மனம் ஏதோ ஒன்று
எதிர்பார்க்கிறது!

என்ன அது?

உன்னால் அறிய முடிகிறதா?
உன்னால் உணர முடிகிறதா?
உனக்கு புரிகிறதா?
உன்னால் முடிந்தால் எனக்கும்
சொல்? என்னவென்று?

என்னால் தான் உன்னிடம்
சொல்ல முடியவில்லை
நீயாவது சொல்லலாமே...!

உன் பதிலுக்காக
காத்திருக்கிறேன்...!

❖

புது வித மாற்றம்....!

இன்று ஏனோ...!

எனக்குள் எனக்காக
ஒரு மாற்றம் கண்டேன்!
பெண்ணே உன்னால்...
மாற்றம் யாது என்று கேள்!

உன்னிடம் பேச தயங்கும்
என் வார்த்தையில் மாற்றம்!
உன்னிடம் பேச நினைக்கும்
ஒவ்வொரு வார்த்தையும் இன்று
ஏதோ ஒரு மாற்றம்!

இதுவரை...!

என்னை மாற்றி கொள்ள
நான் என்றுமே நினைத்ததில்லை!
என்னை நான் மாற்றிக் கொள்
என்றுமே நினைத்ததில்லை!

ஆனால்!

என்னில் இன்று இத்தனை
மாற்றமா?

இதில் ஒரு ஏமாற்றமும்
உண்டுப் பெண்ணே!
இதை அனைத்தும் நீ
புரிந்துக் கொள்ளாதது
மட்டுமே!

❖

கவி ராட்சசன்...!

ஆயிரம் சேனா படைகளை
அரை நொடியில் வீழ்ந்தும்!
சேனா பார்வையில்
காதல் சிறையாகிவும்!

காதல் கிறுக்கன்
உன்னிடம் கவிதை
கிடைக்கவில்லை
என்றால்!

கவிதை ஏங்கும் அல்ல வா
உன்னிடம்!

எதற்கு உனக்கு
இந்த பாவம்!

காதலைச் சொல்லிச் சொல்லி
பல முறை கவிதை எழுது!

கவிதையாய் சொல்லி சொல்லி
ஒவ்வொரு நிமிடமும் காதல்
கொள்!

ஏனோ...!

காதலும் கவிதையும்
உனக்கென்றே பிறந்த தேவதை!
காதலும் கவிதையும்
உனக்காகவே மட்டும் பிறந்தவள்கள்!
எதற்கு இத்தனை ஏக்கம்
செய்கிறாய்!
தினமும் ஒரு கவிதை எழுது
எனக்கென்று!

பேனா பிடி!
கவிதை எழுது!
காதல் பேசு!

காதலும் கவிதையும்
அர்த்தமாகட்டும்!
காதலும் கவிதையும்
அதியசமாகட்டும்!

பேனா வீழ்ச்சியில்
கவிதை எழுது!
முழு வீழ்ச்சியில்
காதல் கொள்!

காதலும் நீ தான்!
கவிதையும் நீ தான்!

காதல் ராட்ஷசன் நீ தானே காதலும்
களவுக் கொண்டாய்!
கவிதைக் கிறுக்கன் நீ தானே கவிதை
கொள்ளைக் கொண்டாய்!

மனம் இரண்டும் உருகும்
அளவிற்கு காதல் கொள்!
மனம் இரண்டும் சேரும்
எல்லைக்கு கவிதை எழுது!

காத்திருக்கிறேன்!

உந்தன் கவிதை வரியில்
எந்தன் காதல் பிறக்க...!

❖

காதலின்றி எதுவும்மில்லை....!

யாரைக் கேட்டு வந்தது
இந்த காதல்!

யாவும் அழகாய்
யாவும் எனக்காய்
யாவும் எனக்கு
மட்டும்!

இது என்ன?

புதுமை...!

இதற்கு முன்!

இத்தனை அழகு
கண்டதில்லை!
எனக்கு என்று
யாதும்மில்லை!
எதுவும் எனக்கென்று
இல்லை!

இன்று மட்டும்!

எல்லாம் தலைகீழாய் மாற்றியதே
இந்த உலகம்!
தானாகத் தன்னை சுற்றி வருதே
இந்த பூமி!

இது என்ன?

அதிசயம்!

காரணம் கேட்டால்!

என்றுமே ஒன்று தான்
இன்றும் உண்மை தான்?

யாவுமே...

காதலை தவிர
வேறு எதுவும்மில்லை!

யாதுமே...!

காதல் இன்றி
எதுவும்மில்லை!

❖

நீ தான் கற்றுக் கொடுத்தாய்...!

சின்ன சின்னப் பொய்கள்
எல்லாம்!
நீ சொல்லச் சொல்ல
அழகு தான்!

சில நேரம் உன்
செல்லச் செல்ல பொய்கள்
எனக்குப் பிடிக்கும் தான்!

பல முறை உன்னை
உண்மையாய் தான்
நேசித்துக்
இருக்கிறேன்!

என்ன செய்ய...?

நான்..

எல்லாம் நீ செய்தது
தான்!

உண்மையான அன்பு!
உண்மையான பாசம்!
உண்மையான நேசம்!
உண்மையான காதல்!

எல்லாம் கற்று தந்தது
நீ தான்!
எல்லாம் உன்னிடம்
மட்டும் தான் எனக்கு
கிடைத்தது!

நான் என்ன செய்ய?

எல்லாம் நீ கற்று தந்தது
தானே!

இன்று எனக்கு எதிரியாய்
நிற்கிறது!
எதிலும் ஏமாற்றம் தாங்க
முடியாமல்!

உன்னால் நான்...!

❖

அவள்...!

நான் கண்டு வியந்த முதல்
கவிதை!

அவள்...

அவளை வர்ணிக்க வார்த்தை
தேடினால் தமிழ் போதாது!
நான் மரணிக்க இடம் தேடினால்
அவள் நிழல் சொர்க்கம்!

சொர்பனங்களில் என்
விழியோரம் உறவாடுகிறாள்!
என் சொற்கள் எல்லாம்
அவள் விழிகளில் தடுமாறுகிறது!

அவள் என்ன உறவென்று
தெரியவில்லை!
உறவின்றி தனிமையில்
வாழ்கிறேன் நான்!

அவள் என்ன பந்தமென்று
தெரியவில்லை!
ஈரேழு ஜென்மும் சேர்ந்து வாழ
வேண்டுமென்று கேட்கிறாள்!

❖

காதல் கறையுதே...!

உயிர் இரண்டும்
கறையும் நேரம்!
காதல் கணக்கில்
வகுக்கப்படுதே!

நேரம் கிடைக்கும்
போது எல்லாம்
காதல் நேரம்
கணக்கில்லாமல்
காதல் கணக்கில்
வகுக்கிறதே!

இனி கடிகார
நேரம் எல்லாம்
காதல் நேரம்
ஆகுமே!

❖

அவளும் நானும்...!

என் காதல் என்றுச் சொன்னால்
நிச்சயம் என்னவள் இன்றி வேறில்லை!
நானென்றுச் சொன்னால்
நிச்சயம் நீயின்றி நானில்லை!
அவளும் நானும்!

கவிதையில் இணைந்த
ஹைக்கூ வரிகள்
இல்லை!

அவளும் நானும்!

காதலில் இணைந்த
காதல் ஹைக்கூ!

❖

காதலே...!

காதல் எதுவென்று
தெரியாமல்!
காலம் முழுவதும்
தொடர வேண்டும்!

உனக்கும் எனக்கும்!

காதல் ஒரு முறையாவது
நீ சொல்ல வேண்டாம்
என்ற ஏக்கம் எனக்கும்!
காதல் சொல்ல முடியாமல்
நீயும் ஏங்க வேண்டும்!

ஏழு பிறவியும் பிரியம்
குறையாமல் பிரிவின்றி
வாழ வேண்டும்!

நீயும் நானும்!

பிறவி ஏழும் தாண்டி
பிறை கடல் திரவியம்
தேடிப் பிழைப்பேன்!

நீயின்றி நானில்லை
இவள் உயிர் வழியில்
உள்ளம் திருடி!
என் உயிர் துடிக்காமல்
உன்னைப் காக்க வேண்டும்!

காதலே...!

என் உயிரில் பிழையில்லை!
உயிர் நான் வாழ்வதால்!
உன் உயிரில் பிழைப்பேன்
நான் உன் உயிரில் வாழ!

என் மேல் எனக்குக் காதலில்லை!
உன்னை நான் காதலிப்பதால்!
உன்னைக் காதலிக்க என்னில்
காதல் வேண்டும் !

உன் காதல் எனக்கு மட்டும்
கிடைக்க வேண்டும்!
உன் காதல் நானாக மட்டும்
இருக்க வேண்டும்!

வேறு யாருக்கும்
கிடைக்காத காதல்!

அவள்...!

❖

மரணம் வேண்டாம்...!

உனக்கு முன் எனக்கு
மரணம் வேண்டாம்!
உனக்கு பின் எனக்கு
மரணம் வேண்டாம்!

எனக்கு முன் உனக்கு
மரணம் வேண்டாம்!
எனக்கு பின் உனக்கு
மரணம் வேண்டாம்!

உனக்கு முன் எனக்கும்
மறுபிறவி வேண்டாம்!
எனக்கு முன் உனக்கும்
மறுபிறவி வேண்டாம்!

நீயும் நானும் ஒன்றாய்
மரணிக்கலாம்!
நம் காதல் என்றும்
மரணமில்லாமல்!

நீயும் நானும் ஒன்றாய்
மறுபிறவி எடுக்கலாம்!
மீண்டும் காதலோடு
வாழ்வதற்கு!

❖

சுகமான உறக்கம்...!

என் மீது நீ உறங்கு!
உன் மீது நான் உறக்க!

ஓய்வில்லாமல் கனவில்
கலையலாம்!
ஓய்வில்லாமல் நீயும் நானும்
கறையலாம்!

சுகமாய் உறங்கும் காதலுக்கு
ஏது மரணம்!
சுகமாய் சுமக்கும் காதலுக்கு
ஏது இதயம்!

எதுவும் தெரியாமல்
நீயும் நானும்!
இதயம் மாறி மாறி
வாழலாம்!

இரவு நேரம் நிம்மதியாக
வாழும் உறக்கம்!
இன்று நேரமில்லாமல்
உறங்குகிறது!

என் உயிரில் உன்
உயிரும்!
உன் உயிரில் என்
உயிரும்!

மரணமாய் பிறக்கும்
நம் காதல்!

❖

தேவதை தேசம்...!

தேடித் தேடி
கண்டுப்பிடித்தேன்!
தேவதை உன்னோடு
வாழ்வதற்கு ஒரு தேசம்!

தெய்வங்கள் அங்கில்லை!
மனிதர்கள் அங்கில்லை!
நேரங்கள் அங்கில்லை!
நாட்கள் அங்கில்லை!

புன்னகை அங்கு உண்டு!
அன்பு அங்கு உண்டு!
நேசம் அங்கு உண்டு!
பாசம் அங்கு உண்டு!
காதல் அங்கு உண்டு!

இந்த தேசத்தில்
நேசம் நிறைந்த நீயும்!
உன் பாசத்தில்
நிறைந்த நானும்!

வாழும் தேசம்
அது!
நம் காதல்
தேசம்!

ஐம்பூதங்களும்
ஐம்புலன்களுடன் இணைந்து!
ஆறு அறிவும்
பேராற்றலுடன் இணைந்து!

பேரனந்தமும் நெஞ்சோடு
பொழிந்தும்!
பேரன்பாய் நம் உறவு
துளிரும்!

❖

இதயம்...!

சினுங்கி சினுங்கி
சுருங்கும் இதயம்!
சுக்கு நூறாய் உடைந்து
போனதே!

சிக்கி சிக்கித் தவிக்கும்
என் சின்ன இதயம்!
ஏங்கி ஏங்கித் தவிப்பது
என் மாபெரும் காதலால்!

உடைந்து
போனதே இ(ரு)தயம் இரண்டும்!
சுதந்திரம் அடைந்து
போனதே நம் காதல்!

பலமான என் காதல்
பலவீனமானதே!
பலமடங்கு அதிகமாக
இதயம் துடித்து துடித்து!

❖

என்ன வேண்டும் உனக்கு...?

நான் கேட்டக் காதலும்
கொடுத்தாய்!
நான் கேட்காதக் கண்ணீரையும்
கொடுத்தாய்!

நான் கேட்டக் முத்தங்கள்
எல்லாம் கொடுத்தாய்!
நான் கேட்காதக் யுத்தங்கள்
எல்லாம் கொடுத்தாய்!

நான் கேட்ட அளவிற்கு அன்பும்
கொடுத்தாய்!
நான் கேட்காத அளவிற்கு வலிகள்
கொடுத்தாய்!

எல்லாம் நீ எனக்காக
கொடுத்தாய்!
எதுவும் உனக்காக
கொடுத்ததில்லை!

நான்...!

என்ன கொடுக்க வேண்டுமென்றும்
தெரியவில்லை எனக்கு!
உனக்கு என்ன வேண்டுமென்று
கேள்!

ஏதுவாக இருந்தாலும் உனக்காக
கொண்டு வந்து தருகிறேன்!
என்ன வேண்டுமென்று
கேள்!

உலகமே பரிசாய் தருவேன்
உனக்காக!
காதலை உயிராய் தருவேன்
உனக்காக!

என்ன வேண்டும் உனக்கு?

❖

காதல் பக்கம்...!

நேர் எதிராய் பார்வைகள்
காதல் பகிர்கிறதே!
எதிர் எதிராய் இதயம் பேசி
பழகுகிறதே!

எனக்கு எதிரியாய் உன்
இதழ் துடிக்குதே!
உனக்கு எதிரியாய் என்
முத்தங்கள் சேருகிறது!

பக்கம் பக்கமாய் பார்வை
காதல் பேசுகிறது!
பக்குவம் இல்லாமல்
பார்வை கவிதை எழுதுகிறது!

நீ என் பக்கத்தில் இருந்தால் பத்து
நொடியில் பிறக்கும் என் மரணம்!
நீ எனக்குள் இருந்தால் பத்து
மாதம் கருவறைப் போதாது
உன்னை நான் சுமப்பதற்கு!

❖

புது உறவு!

நீ போடும் மூன்று
முடிச்சில் தான்!
நான் சாகும் வரை
மூச்சி விடுகிறேன்!

உன் உயிரை என்
உயிராக நினைத்து!
என் உயிரை நீயாக
நினைத்து!

என் வாழ்விற்கு
அர்த்தம் கொடுக்க!
என் வாழ்க்கை
வரம் கொடுத்தாய்!

நீ கொடுத்த குங்குமம்
தான் என் முதல் பரிசு!
நீ கொடுத்த மல்லிகை
தான் என் மறுபரிசு!

நீ போட்ட மெட்டி
தான் நம் சொந்தம் சொல்லுது!
நீ போட்டத் தாலி
தான் நம் காதல் சொல்லுது!

❖

கடவுள் தந்த வரம்...!

கடவுள் எல்லாம் தந்த
வரம் நீ!
காதல் எனக்கு தந்த
வரம் நீ!

கடவுளைச் சாட்சியாய் வைத்து
காதல் சேருமே!
காதலைச் சாட்சியாய் வைத்து
கடவுளைச் சேருமே!

நீயும் நானும்
ஏழேழு ஜென்மம்!
நீயும் நானும்
என்றென்றும்!

ஒரு நொடியும் பிரியாமல்!
ஒவ்வொரு நொடியும் சேரலாம்!

நம் காதலைத் தந்த
கடவுளுக்காகவும்!
நாம் கடவுள் தந்த
காதலுக்காகவும்!

❖

காதல் முத்தம்...!

என் முத்தம் உன்
காதலுக்கு!

உன் முத்தம் என்
காதலுக்கு!

மொத்தமாய் முத்தங்கள்
எல்லாம் உனக்கும்
எனக்கும்மானது!

மொத்தமாய் காதல்
எல்லாம் உனக்கும்
எனக்கும்மானது!

மொத்த முத்தத்தையும்
நாமே வைத்துக் கொள்ளலாம்!
மொத்தக் காதலும்
நாமே வைத்துக் கொள்ளலாம்!

முத்தத்தில் எவ்வளவு யுத்தம்
செய்ய முடியுமோ செய்து!
காதலில் எவ்வளவு யுகம்
எடுக்க முடியுமே எடுக்கலாம்!

❖

அழகு சிலை...!

அழகு சிலையாய்!

அடடா...!

எத்தனை அழகாய் உனக்குள்
ஒளித்து வைத்து இருக்கிறாய்!
அத்தனை அழகா என்று உன்னை
நான் ரசித்துக் கொண்டு இருக்கிறேன்!

உனக்கு தெரியாமலே
என்று உனக்குத் தெரியுமா!

என் ரசனை எல்லாம்
கவிதையில் எழுதவே முடியாது!
உன் அழகெல்லாம் மூன்று
வார்த்தைகளில் அடங்காது!

ஆம்..!
நீ என் பேரழகி அல்ல வா!

காதல் என்ற மூன்று
வார்த்தைக்குள் உன்னை
அடக்க வா?
நான் என்ற இரண்டு
எழுத்துக்குள் உன்னில்
அடங்க வா?

உன் ஆசை எதுவென்று
சொல்!
அதன் படியே செய்து
விடுகிறேன்!

என் காதல்
தேவதையாய்!
எனக்கு உன் காதல்
தான் தேவை!

❖

காதல் தீ...!

அடடா என்று
அகல் விளக்கே
கண் சிமிட்டுதே!
இவளைப் பார்த்து

விளக்கில் எண்ணை ஊற்றி
கண்களை பற்ற வைக்கும்
போதெல்லாம் ஒளிர்கிறதே
என் காதல் மொத்தமும்!

உன்னை பார்த்துப் பார்த்து
என்னை மறந்துப் போகிறேன்
என் பாதியே!

நீ வைத்த ஒட்டுமொத்த தீயிலும்
என் உயிர் பற்றி எறிக்கிறதே!
நீ அணைத்து அணைத்து
அணைத்து விடு என் உடல் தீயாய்?

ஆறாமல் இருக்கிறதே
என் ஆசையெல்லாம்!
கலையாமல் இருக்கிறதே
என் கனவெல்லாம்!

உன்னால்...

❖

எதற்கு இந்த கண்ணீர்...!

என்னில் சிந்தும் கண்ணீருக்கு
மட்டுமே காரணம் தெரியும்!
எனக்குள் இருக்கும் அவன்
நினைவுகள் காரணமென்று?

என் கண்ணீரில் கறைந்து
ஓடுகிறது உன்னோடு இருந்த
தருணங்கள் அனைத்தும் இன்று
வலியோடு போராடுகிறது!

உன்னிடம் பேசாத வார்த்தைகள்
எல்லாம் கண்ணீரில் வழிகிறது!
நீ வேண்டுமென்று
என் வலிகள் வந்துச் சொன்னப் பின்பு
என் வறட்டு கௌரவம் என்னில்
வாதம் புரிகிறது!

நீ வந்து இருந்தால் இப்பொழுதே
உன்னை அணைத்து இருப்பேன்!
நீயும் என்னை நினைத்து இருந்தால்
இப்பொழுதே கண்ணீர் நிறுத்திப்பேன்!

ஆனால் அவனே!

இன்று தனிமையில் வலி
தந்து வலிக்கு மருந்தாக
கண்ணீர் விட்டுச் சென்று
விட்டான்!
என் காதல் ராட்சசன்!

❖

என்னை வருடும் மயில்...!

வருடும் தோகை
கொண்டு வருடும் மயிலே!
கன்னம் சிவக்குதே உன்
எண்ணத்தில் நான் வந்ததால்!
இதழ்கள் சிரிக்கிறதே உண்மை
சொல்லு என்னப் கனவுக் கண்டாய்?
இமைகள் இரண்டும் இம்சை
செய்கிற என்னால் உனக்கு!
மௌனமாய் சொல்லு என்னிடம்
மட்டும் நானும் கொஞ்சம்
புரிந்துக் கொள்கிறேன்..!
புலம்புகிறது என் புலன் ஐந்தும்
புரிய வைக்க உனக்கு!

உன் கனவைக் கலைக்காதே
கனவிலாவது உன்னோடு
வாழும் பாக்கியம் எனக்கு
கிடைக்கட்டும்...!

❖

நிறைவோத ஆசை..!

நீயும் நானும் சேர்ந்து உலகமே
சுற்றி வர வேண்டும் என்ற
ஆசையெல்லாம் எனக்கு இல்லை.!
காதலை மட்டும் சுற்றி பார்த்தால்
போதும் உன்னோடு நான்!

இது நிறைவேறாத என் ஆசை!
இதை நிறைவேற்ற உன்னால்
மட்டும் தான் முடியும்!
இந்த அதிசயக் காதலை
கண்டுக் கண்டு நீயும் நானும்
காதல் கொள்ள வேண்டும்!
செல்லாத இந்த காதலை சொல்லிச்
சொல்லி நீயும் நானும்
தீர்க்க வேண்டும்!

மீண்டும் மீண்டும் இந்த காதல்
இத்தனை அதிசயமாய் என்று!
நீயும் நானும் வியந்து வியந்து
கண்டுக் கழிக்க வேண்டும்
இன்ப காதல் பொழுதாய்!

நீயும் நானும்!

பொறாமையாய் இருக்கிறது
இந்த காதலர்களைப் பார்த்தால்
என் காதலுக்கு!
கல்லறையில் கூட காதலை மட்டும்
சுவாசித்து கொண்டே இருப்பதால்!

என் காதலுக்கும் கல்லறையில்
சுவாசிக்கும் பாக்கியம் கிடைத்தால்
மரணமே இல்லாமல் வாழ்வோம்
காதலர்களாக நாங்கள் இருவரும்!

❖

காதலுடன் நான்...!

என் உண்மையான அன்பும்
என்னவென்று உனக்கு
என்றும் தெரிந்ததில்லை!

என் உன்னதமான பாசம் என்னவென்று
உனக்கு என்றும் புரிந்தது இல்லை!
என்றோ!

ஒரு நாள் என் அன்பும் என்
பாசமும் அறிவாய்!
அன்று தான் என் காதலும் முழுமை
பெறும்!

என் அன்பு என்றும் உனக்காக
காத்திருக்கும்!
என் பாசமும் என்றும் உனக்காக
காத்திருக்கும்!

என்னை நீயும் ஒரு நாள் புரிந்து
கொள்வாய் என்று!
எல்லாம் அன்று மாறும் என்று!

காத்திருக்கிறேன்!

காதலுடன் நான்...!

❖

இன்ப உலா...!

தனிமைக் காதல்
தந்து விட்டு!
தாய் மடி தேடுகிறது
என் காதல்!

அவளுக்கு பிடித்த
நிலவு!
அவள் அருகில்
வந்தது!

எனக்குப் பிடித்த நிலவு!
எனக்கு அருகில்!

இந்த இரவிற்கு
இவ்வளவு இன்பமா!
இவள் என் அருகில்
இருப்பதால்!

இருக்கட்டும்!

இன்ப உலா வந்து
இரவில் கழித்து
விட்டு போகட்டும்!

எங்களோடு!

❖

காதல் சொல்ல வா...?

காதல் சொல்லிச் சொல்லி
சேர வேண்டும்!

நீயும் நானும்...!

கடலளவு அன்பு கொண்டு
துளியாய் சேர வேண்டும்!

நீயும் நானும் என்ற வார்த்தையிலே
நம் காதல் ஒன்றாக வேண்டும்!

நீயும் நானும் தொடர்ந்துக் கொண்டே!
நாளும் நதி போல ஓட வேண்டும்!

காதல் சொல்லிச் சொல்லி
உன்னைக் கொல்ல வா!
காதலைக் கொல்ல வா!

எண்ணிச் எண்ணி சொல்ல
மாட்டேன் என் காதலை உன்னிடம்!
எண்ணிக்கை இல்லாமலே
சொல்லி விடுவேன் என் காதலை!

உன்னிடம் உன்னை எண்ணி
எண்ணி என்னில் அடக்குவேன்!
எண்ணம் முழுவதும் உன்னையே
முழுதாய் அடக்குவேன்!

நீ அடங்கும் போதெல்லாம்
நான் உன்னை அடக்குவேன்!

நான் உன்னில் அடங்கும் போதெல்லாம்
நீ என்னில் அடங்குவாய்!

காதலை சொல்லிச் சொல்லி
உன்னைக் கொல்ல வா...?
காதலைச் சொல்லாமலே
உன்னைக் கொல்ல வா...?

காதல் வைத்து வைத்து
உன்னை என்னில் கொல்வேன்!
காதல் சொல்லிச் சொல்லி
உன்னை என்னில் கொல்வேன்!

ம்ம்...!

காதல் சொல்லிச் சொல்லி
உன்னை என்னில் தானே கொல்வேன்!

❖

துடிப்பு...!

காதல் இதயம்
இரண்டும் சேர்ந்து
துடிக்கிறதே!

நீயும் நானும் சேர்ந்து
வாழ வேண்டுமென்று!
உன் இதயமும் என்
இதயமும் ஒன்றாகி
துடிக்கிறதே!

துடிக்கும் போதெல்லாம் சண்டைகள்
இல்லாமல்!
தவிக்கும் போதுத் தனிமைகள்
இல்லாமல்!

நாளும் காதலைச் செய்து
கொண்டே!
நாமும் காதல் செய்து
கொண்டு!

நாடி நரம்பில் எல்லாம்
காதல் ஊறி!
தேடித் தேடி வரும் அணுக்களில்
எல்லாம்!

எல்லாம் செய்து விட்டு
யாதும் செய்தது போல் நடிக்கும்!
யாதும் தெரியாமல் எல்லாம்
நடிக்கும் இந்த இதயம்

❖

காதலும் புத்தகம் தான்...!

பாசம் வைத்து வைத்து
நேசம் சரணடைகிறது!

அன்பு வைத்துக் வைத்து வார்த்தைகள்
பேசத் தெரியாமல் போகிறது
உன்னிடம் மட்டும்!

கவிதை பூ மணக்கும்
காதல் ஹைக்கூ வாசகனாக
நாம் இருவரும் சேர்ந்து விடுவோம்!

இடது பக்கம் நீயுமாய்...
வலது பக்கம் நானுமாய்...
புத்தகமாய் சேரலாம்!

காதலையும் புத்தகத்தையும் ஒன்றாய்
ஒத்து போகும்போதுதெல்லாம்!
நீயும் நானும் ஒன்றாய்
சேர்வோம் பார்!

பக்கங்களை புரட்டும் போது எல்லாம்.
காதல் புரட்சி ஏற்படுத்துவோம்!

நீயும் நானும்...!

வார்த்தைகளை வாசிக்கும் போது
எல்லாம் ஒன்றாய் வந்து சேருவோம்!

நீயும் நானும்...!

சொற்கள் எல்லாம் சேரும் போதெல்லாம்
பிரிந்து பிரிந்து சேர்வோம்!

நீயும் நானும்...!

❖

உன்னை சுமப்பதில் சுகம்...!

எனக்கு உன்னை
சுமப்பதில் சுகம்!

உனக்கு என்னை
சுமப்பதில் பேரானந்தம்!

நீயும் நானும்
ஒன்றினைந்து!
ஓராயிரம் யுகம் காதலில்
இணையலாம்!

இரு மனமும்
ஒரு மனமாய்!

நீ எனக்கு காதலைக்
கொடுத்தும்!
நான் உனக்கு
காதலைக் கொடுத்தும்!

எந்த பாகுபாடும்
இன்றி!

மனம் இரண்டும்
மாற்றிக் கொண்டே
காதலை மனபாடம்
ஆகலாம்!

காலம் முழுவதும்
காதலை மட்டும்!
மாற்றி மாற்றி
பரிமாறிக்கலாம்!

கடந்தக் காலங்களுக்கு
இறந்தக் காலங்களுக்கு
சேர்த்து நம் எதிர்
காலத்திற்கு!

உனக்கும் எனக்கும்
அணுவளவும் வேறுபாடுயின்றி!

நீயும் நானுமாய்
சேரும் காதலோடு
காதலுடன் நான்...!

❖

நானும் காதல் செய்வதுண்டு...!

நீ தனிமையில் அமர்ந்து
என்னை எண்ணும் போதெல்லாம்!
உனக்கே தெரியாமல்
உன்னை நான் ரசிப்பதுண்டு!

என்னை நீ நினைத்து
நினைத்து ஏங்கும் போதெல்லாம்!
நான் உன்னை ரசித்துக்
ரசித்து காதல் செய்வதுண்டு!

நீ என்னை நினைத்து நினைத்து
கண்ணீர் விடும் போதெல்லாம்!
எந்தன் நெஞ்சோடு சந்தோசம் அலைபாயுவதுண்டு!

நீ என்னை வெறுக்கும் போதெல்லாம்
நான் நேசிப்பதுண்டு!
நான் உன்னை வெறுக்கும் போதெல்லாம்
நீ நேசிந்தது உண்டு!

ஆம்

நாம் பிரிவில் தான்
இறுக்கமாகிறோம்!
நம் புரிதலும் அங்கு தான்
தொடங்குகிறது!

காதலை மனதால் மட்டும் தான்
புரிந்துக் கொள்ள முடியும்!
காதல் கூட நம் இரு
மனங்கள் சேர்ந்தது தான்!

நீ என்னையும் நான்
உன்னையும்!
புரிந்துக் கொண்டாலே போதும்
காதல் அழகானது!ம்

❖

அதே காதல் இன்றும்...!

நேற்று தான் உன்னைத் பார்த்தது
போன்ற உணர்வு ஆனால் இன்று
மூன்று ஆண்டுகள் மின்னல்
வேகத்தில் கடந்து விட்டது!

முதல் நாள் பார்த்த அழகும்
முதல் முத்தம் கொடுத்த தித்திப்பு!
தான் என்னில் பிரியாமல் முழுவதும்
வாழ்கிறது!

எந்தன் காதலை முழுவதுமாய்
உணர்த்தியதும் நீ தான்!
எந்தன் காதலை முழுவதுமாய்
எனக்கு உணர்த்துவது நீ தான்!

காதல் அத்தனை அழகனென்று
உன்னை கண்ட போது அறிந்தேன்!
காதல் எத்தனை அழகு என்று உன்னோடு
வாழ்ந்த போது தான் அறிந்தேன்!

கவிதை எத்தனை அழகாய்
உன்னைப் கண்ட போது எழுதினேன்!
கவிதை அத்தனையும் உன்னை
எண்ணி எண்ணி எழுதினேன்!

காதல் எப்பொழுதும் என்னில்
குறைந்தில்லை!
என் காதலுக்கும் எப்பொழுதும்
உன் மேல் தான் காதல் அதிகம்!

❖

செல்லப்பெயர்...!

அழகி அழகி என்று நீ
கொஞ்சும் போது தான்!
என் அழகு தேவதையாய்
உன்னால் நான் பேரழகாய்
தான் மாறி போகிறேன்!

அம்மு அம்மு என்று நீ
செல்லப்பெயரிட்டு கொஞ்சும்
போதுதெல்லாம்!

உனக்கு அம்மா போன்றும்
உனக்கு குழந்தை போன்றும்
எனக்கு நான் தெரிகிறேன்!

இந்த உலகில் கொடுத்து
வைத்தது நான் மட்டும்!
அதனால் தான் இறைவன்
என்னிடம் உனை கொடுத்து
வைத்து இருக்கிறான்!

என் மேல் நீ கொண்டு இருக்கும்
எல்லையில்லாத அன்பு எனக்கு
மட்டும் தான் தெரியும்!

ஆம்,

உன் எல்லையில்லாத அன்புடன்
வாழ்வது நான் என்பதால்!

உன்னிடம் பேசிக் பேசி சந்தோசம் கொள்கிறேன்
உன்னிடம் பேசாத போதெல்லாம்
மௌனம் கொள்கிறேன்

கல்லறை சுவாசம்

என் அத்தனை கவிதையும்
உனக்கானது தான்!
என் அத்தனை காதலும்
உனக்கானது தான்!

எனக்கு எத்தனை எத்தனை
சந்தோசம் தந்து இருக்கிறாய்
என்று தெரியுமா!
அதை அத்தனையும் எழுதி
வைத்துக் இருக்கிறேன்!
உனக்கு பரிசளிக்க
வேண்டுமென்றும்!
அத்தனை சந்தோசமும்
திரும்ப திரும்ப உனக்கு கொடுக்க
வேண்டுமென்று!

எல்லாருக்கும் கத்திச் சொல்
நீ இந்த பாரதியின் கண்ணம்மா என்று!
எல்லோரிடமும் திமிராய் சொல்
என் காதல் நீ தான் என்று!

திரும்ப திரும்ப எனக்கு சொல்லி
காட்டும் உன் காதலை!
மீண்டும் மீண்டும் நேசித்து
கொண்டே இருக்கிறேன் நான்!

கொஞ்சிக் கொண்டே இரு
நீ என்னை!
நான் கொஞ்சம் கொஞ்சமாய்
உன் நெஞ்சோடு துளிர்த்து விடுவேன்!

❖

நினைவெல்லாம் நீ...!

கடந்த நாளெல்லாம்
காதல் செய்கிறேன்!

கடக்காத உன் நினைவுகளுடன்
காதல் செய்கிறேன்!

கண்கள் கலங்குகிறது
நினைவுகள் ததும்புகிறது
காதல் சுகமாகிறது!

இரவிற்கும் பகலுக்கும்
உன் நினைவு தான்!
ஆதவனிலும் நிலவிலும்
உன் நினைவு தான்!

நினைவெல்லாம்
நீ தந்தது!
கனவெல்லாம்
நீ தந்தது!

காதல் எல்லாம்
நீ தந்தது!
கண்ணீர் எல்லாம்
நீ தந்தது!

நித்தம் நித்தம்
நினைவுகளுடன்
தான் பேராடுகிறேன்!
நித்தம் நித்தம்
தனிமையோடு வாழ்கிறேன்!

உன்னால் நான்...!

❖

காதல் கொஞ்சல்...!

காதலுக்கு அடையாளமாய்
கடல் அளவு காதல் கொள்வோம்!
நம் காதலுக்கு அடையாளம்
நாளும் நம்மாகி கொள்வோம்!

நாளும் நம் பேரன்பில்
பேரண்டத்தில் வாழலாம்!
நாளும் நம் பேரண்டத்தில்
பேரழகி உன்னை நான் சுமக்க வேண்டும்!

பேரழகி உனக்கு செல்ல பேரு
வந்து வந்து செல்லம் கொஞ்ச வேண்டும்!
உனை நான் கொஞ்சும் போது எல்லாம்
எனை நீயும் கொஞ்சமாக கொஞ்ச வேண்டும்!

இதுவே காதல் கொஞ்சல்லடி!

இதை நீயும் அறிய வேண்டும்!
இதை நானும் அறிய வேண்டும்!

இதை அறியாமல் இருந்தால்
காதல் அறியாமைக்கு அடையாளம்!
இதை அறிந்துக் கொண்டால்
காதல் அழிவு இல்லாமல் வாழும்!

காதல் கொஞ்சலுக்கு மொழிகள்
கிடையாது!
காதல் கொஞ்சலுக்கு மௌனம்
கிடையாது!

காதல் கொஞ்சலுக்கு வார்த்தைகள்
கிடையாது!
காதல் கொஞ்சலுக்கு நேரம்
கிடையாது!
காதல் கொஞ்சலுக்கு நிமிடங்கள்
கிடையாது!
காதல் கொஞ்சலுக்கு நாழிகை
கிடையாது!
காதல் கொஞ்சலுக்கு பகல்கள்
கிடையாது!

காதல் கொஞ்சலுக்கு முத்தங்கள்
உண்டு!
காதல் கொஞ்சலுக்கு கண்கள்
உண்டு!
காதல் கொஞ்சலுக்கு மோதல்கள்
உண்டு!
காதல் கொஞ்சலுக்கு மன்னிப்புகள்
உண்டு!
காதல் கொஞ்சலுக்கு இடைவெளிகள்
உண்டு!
காதல் கொஞ்சலுக்கு கவிதைகள்
உண்டு!
காதல் கொஞ்சலுக்கு அர்த்தங்கள்
உண்டு!
காதல் கொஞ்சலுக்கு சண்டைகள்
உண்டு!
காதல் கொஞ்சலுக்கு தனிமைகள்
உண்டு!
காதல் கொஞ்சலுக்கு இரவுகள்
உண்டு!

காதல் கொஞ்சல் வேதமடி
நீயும் நானும் சேர்ந்து தான் எழுத
முடியும்!

❖

தனிமை..!

சில மொழிகள் அழகானது!
சில மௌனங்கள் அழகானது!
சில நினைவுகள் அழகானது!
சில நேரங்கள் அழகானது!
சில நிமிடங்கள் அழகானது!
சில நாழிகைகள் அழகானது!
சில ஞாபகங்கள் அழகானது!
சில உரையாடல்கள் அழகானது!
சில சண்டைகள் அழகானது!
சில பிரிவுகள் அழகானது!
சில கோரிக்கைகள் அழகானது!
சில வேண்டுதல் அழகானது!
சில சமயங்கள் அழகானது!
சில விண்மீன்கள் அழகானது!
சில நேரம் நிலவு அழகானது!
சில முத்தங்கள் அழகானது!
சில யுத்தங்கள் அழகானது!
சில கொஞ்சல் அழகானது!
சில கெஞ்சல் அழகானது!
சில நேசங்கள் அழகானது!
சில பாசங்கள் அழகானது!
சில கோபங்கள் அழகானது!
சில அறியாமை அழகானது!
சில முட்டாள்தனம் அழகானது!
சில ரகசியங்கள் அழகானது!
சில அற்புதங்கள் அழகானது!

சில நேசிப்புகள் அழகானது!
சில வெறுப்புகள் அழகானது!
சில மழைத்துளி அழகானது!
சில பனித்துளி அழகானது!
சில கண்ணீர்த் துளிகள் அழகானது!
சில சிரிப்புகள் அழகானது!
சில தனிமைகள் கூட அழகானது
தான் உன்னோடு நான் இருந்தால்!

❖

அதிசயக் காதல்...!

இரவில் ரசிக்க ஆயிரம்
ஆயிரம் விண்மீன்கள்
விண்ணில் உண்டு!

இரவில் ரசிக்க
எண்ணிக்கையில் அடங்காத
ஒற்றை பிறை உண்டு!

இரவில் ரசிக்க என்னில்
அடங்கும் காதலும் உண்டு!
எல்லாம் ரசிக்க அதற்கு
மேல் இரவு உண்டு!

எதுவும் அழகாய் தெரியவில்லை!
எதுவும் அழகாய் இல்லை!

இத்தனை இத்தனை
அழகு இருந்தும்!
எத்தனை முறை அவள்
முகம் பார்த்துப் பார்த்து
ரசிக்கிறேன்!

எண்ணிக் கொண்டு இருக்கிறேன்
அவளை எத்தனை முறை
ரசிக்கிறேன் என்றும்!
எண்ணிக் கொண்டு இருக்கிறேன்
அவளை எத்தனை முறை
கண் சிமிட்டாமல் ரசித்தேன்!

இரவின் அழகை வகுத்த
இந்திரன் அவள்!
நிலாவின் அழகை வகுத்த
சந்திரன் அவள்!

❖

எனக்குள்!

அவளை வெறுக்க
நினைக்கும் வேளையில் தான்!
அவளாகவே என்னை நெருங்கி
வருகிறாள்!

எங்கே! மீண்டும் அவள்
பக்கம் சாய்ந்து விடுவேனா
என்ற பயம் தான்
இன்று எனக்குள்!

இப்படியே! இருந்து விடலாம்
என்று நினைக்கும் போது தான்!
எப்படியோ என்னை பழையப்
நாட்களுக்கு அழைத்துச் செல்ல
பார்க்கிறாள்..!

இந்த ஆனந்தம் பிடித்து
இருந்தாலும்!
இன்னும் எவ்வளவு நிமிடம்
நிலைத்து இருக்குமோ என்று
பயம் வந்து விடுகிறது

எனக்குள்!

❖

இன்று ஒரு கவிதை!

உன்னை பார்த்த உற்சாகத்தில்
இன்று ஒரு கவிதை சேர்ந்து
எழுதிவிட்டேன்!

என்னமோ தெரியவில்லை
உன்னை பார்த்த நொடியில்
இருந்து இந்த கவிதையை மட்டும்
உன்னிடம் ஓராயிரம் சொல்லி முறை
இருப்பேன் எனக்குள் இருந்து!

ஒரு கவிதை ஓராயிரம்
முறை வாசித்ததும் இன்று
தான் முதல் முறை!

நீ கேட்டாய் அல்லவா
எனக்கு ஒரு கவிதை எழுது என்று
நான் சொன்னேன் உனக்கு
பிடித்ததிருந்தாத என் கவிதை!

தித்திக்கும் உன் பெயரைக்
திக்கி திக்கி வாசித்ததை கேட்டாய்!
திரும்ப திரும்ப உன் பெயரை
தயங்கி தயங்கி வாசித்ததை கேட்டாய்!

முதல் முறை நான் எழுதி
வாசிப்பதற்கு ஒரு தயக்கம் வந்து
தடுத்தது!
வார்த்தைகள் வர மறுத்தது!

உன் பெயரை இன்று
மட்டும் ஓராயிரம் முறை
மனப்பாடம் செய்தேன்!
உன்னிடம் என் கவிதையை
சொல்லுவதற்கு தான் பெண்ணே!

❖

கண்ணம்மா!

கன்னி பெண்களின் கனவில்
என்ன என்ன ஆசை இருக்குமோ!
கனவிலே எத்தனை ஆண்டுகள்
வேண்டும் என்றாலும் வாழ்ந்திடுவாள்!

அவள் போல் காத்திருந்து
காத்திருந்து காலம் முழுவதும்
என்னால் வாழ முடியாது
என்பது தான் உண்மை!

ஒரு உண்மையான அன்பின்
கருமை உருவம் அதற்கு
பெயர் கனவு!
ஒரு உண்மையான காதலின்
பொய் உருவம் அதற்கு
பெயர் கற்பனை!

என் மனம் எதற்காக
ஏங்குகிறது தெரிகிறது
கணம் கணம் இப்படி
உன்னையே காதல் செய்திட
வேண்டுமடி கண்ணம்மா!

❖

என்னவளே!

நீ எப்படியோ அப்படி
தான் நானும்
நான் எப்படியோ அப்படி
தான் நீயும்!

அன்பு காட்டுவதிலும் சரி
கோபம் காட்டுவதிலும் சரி
காதல் காட்டுவதிலும் சரி
நீ எப்படியோ அப்படி
தான் நானும்!

நேசிப்பதிலும் சரி,
வெறுப்பதிலும் சரி,
கொடுப்பதிலும் சரி,
எடுப்பதிலும் சரி,
நீ எப்படியோ அப்படி
தான் நானும்!

சிரிப்பிலும் சரி,
அழுவதிலும் சரி,
நடிப்பிலும் சரி,
வெட்கத்திலும் சரி,
நீ எப்படியோ அப்படி
தான் நானும்!

முத்தத்திலும் சரி,
யுத்தத்திலும் சரி,
சமாதனத்திலும் சரி,
நீ எப்படியோ அப்படி
தான் நானும்!

தனிமையிலும் சரி,
வெறுமையிலும் சரி,
வறுமையிலும் சரி,
நீ எப்படியோ அப்படி
தான் நானும்!

நினைப்பதிலும் சரி,
ரசிப்பதிலும் சரி,
ஞாபகங்களிலும் சரி,
நீ எப்படியோ அப்படி
தான் நானும்!

உயிரிலும் சரி,
உணர்விலும் சரி,
புரிதலிலும் சரி,
நீ எப்படியோ அப்படி
தான் நானும்!

என்னிலும் சரி,
உன்னிலும் சரி,
நீ எப்படியோ அப்படி
தான் நானும்!

❖

என்னுள் அவள்!

யாரும் அறியாமலே
ரகசியமாகிறாள்
என்னுள் அவள்!

என் வெற்றிக்கு
பின்னாலும்
என் தோல்விக்கு
முன்னாலும்!
எதுவும் எனக்கு
தோல்வி இல்லை
அவளைப் தவிர...

தோற்றது நானாக இருந்தாலும்
என்னை வென்றது அவள்
தானே!
ஏனோ உன்னை வெல்ல தானே
நான் தோற்று விட்டேன்!
உன்னால் அல்ல...
என்றும் அவள் வெல்ல
வெற்றியாக நான்!

❖

அவளுக்கு பிடித்த மழை!

மழையில் நனையும்
குடைக்கு..!
குடைக்குள் துணையாய்
அவன்(ள்)..!

துளைகள் எல்லாம்
துளி துளியாய் கொட்டிக்
தீர்க்கும் காதலுக்காக..!
குடை எல்லாம்
கை ஏந்திக் நிற்கிறது..!

வானம் பார்த்து..!
வானவில் சரித்து..!
வந்துக் கொட்டிக் தீர்க்கும்
மழைக்கு குடைக்குள்
வாழ அவ்வளவு ஆசையா..?

அக்கம் பக்கம் பார்த்து
அழகாய் குடைக்குள் நுழையும்
மழைக்கு மறுஜென்மம்
என்பது மறுநொடியிலே
பிறந்து இருக்கும்..!

❖

தலையெழுத்து

எழுத்தாணி எத்தனை முறை
முள்ளாய் குத்தினாலும்!
என்றுமே வீணாய் போவதில்லை
காகிதத்தாள்கள்!

இதனை,

புத்தகம் என்றுப் பார்த்தால்
புத்தகம்!
கடிதம் என்றுப் பார்த்தால்
கடிதம்!
ஓவியம் என்றுப் பார்த்தால்
ஓவியம்!
பணம் என்றுப் பார்த்தால்
பணம்!

வெறும் காகிதம் என்று
பார்த்தால் அது வெறும்
காகிதம் தான்!

வேண்டாம் என்று கசக்கிக்
எரித்த காகிதங்கள் கூட
மண்ணில் வீணாகிப்
போவதில்லை!

காகிதங்களில் எழுதப்பட்ட
வெறும் எழுத்துக்கள் தான்!
இங்கு பலரது
தலையெழுத்து!

❖

முதல் காதல்!

முதல் முறையாய் என்னை
எனக்கு அறிமுகம் செய்தது!
முதல் முறையாய் இந்த
அறிமுகம் இல்லாத என் காதல்!

அவள் பெயரும் தெரியாமல்!
அவள் முகவரிம் தெரியாமல்!
என் முழு மனமும் அவளை
எண்ணி எண்ணி களவு போன
அதிசயக் காதல்!

என்னைப் உணர்ந்தேன் இன்று
உன்னைக் கண்ட இந்த கணம்!
என்னை மறந்தேன் இன்று
உன்னை என்னில் மறைந்த இந்த
கணம்!

காதல் என்றுப் இதை நான்
சொல்லவில்லை!
காதலே இது தான் என்று
சொல்கிறேன்!

முத்தம் கிடைக்காமல்
யுத்தம் செய்தது என் மனம்!
சத்தம் இல்லாமல்
கடத்திச் சென்றது அவள் விழி!

கல்லறை சுவாசம்

தேவதையே நேரில் பார்த்தது

போன்ற அதிசயமாய்
பார்க்கிறேன்!
உன் அழகை அணு அணுவாய்
அணுக்கள் எல்லாம் ஆதரித்து
பார்க்கிறது!

என் காதல் முழுவதும்
ஆனந்தமான கணம்!
என் காதல் முழுவதும்
கொண்டாட்டமான கணம்!

உன் மேல் வந்த
என் காதல் தந்து!
உனக்கு நான் கொடுத்து
என் முத்தம் தந்து!

இத்தனை நாட்களை தர மறந்தும்
என் காதல் தான்!
இத்தனை நாட்களை உனக்கு தர
வைத்திருப்பதும் என் காதல் தான்!

கல்லறை சுவாசம்!